மும்தாஜின் நிழல்

எழில் தமிழன் தினேஷ் ராஜா

B.A.,(B.ED).,

ஏலே பதிப்பகம்

மு்தாஜின் நிழல் – கவிதை
© எழில் தமிழன் திணேஷ் ராஜா 2021
எழுத்தாளர்: எழில் தமிழன் திணேஷ் ராஜா

முதல் பதிப்பு: நவம்பர் 2021

வெளியீடு:
ஏலே பதிப்பகம்
5/175, பாத்திமா நகர்,
கூத்தென்குழி,
திருநெல்வேலி – 627104
தொடர்புக்கு: 9944992571

Mumtajin nizhal- Poetry
All Copy Rights Reserved By © Ezhil Tamizhan Dinesh Raja 2021
Author: Ezhil Tamizhan Dinesh Raja
First Edition: November 2021

Published By:
Aelay Publish
5/175, Fathima nagar,
Kuthenkuly,
Tirunelveli -627104
Phone: 9944992571

Design And Executed by

ISBN : 978-93-5533-091-8
Page : 83

எழில் தமிழன் தினேஷ் ராஜா

அணிந்துரை

காதல் கவிதைகளாய் சாயும் தருணங்கள் !

கவிதைகள் காதலிடம் தலைசாய்க்கும் ஜனனங்கள்;

தம்பி எழில் தமிழன் தினேஷின் கவிதைகளை படித்தது
முதல் மனதுக்குள் சில வரிகளை முணங்கி கொண்டே
இருக்கிறேன்;

ஏதோ ஒரு பஞ்சவர்ண கிளியை விரல்கள்
தேடிக்கொண்டே இருக்கிறது அவன் எழுத்துக்களில்!

தம்பியின் பஞ்சவர்ண கிளி கிடைக்குமா என்றால்
தெரியாது ! ஆனால் ,அவன் கைகளில் கிடைத்தால்
நன்றாக இருக்கும் என நினைக்கிறேன்.

காதல் கொடுத்த காயத்தின் வடுக்களை
எழுத்துக்களாகவும், காதலியின் வனப்பினை
வார்த்தைகளாகவும் தொடுக்க கவிதைகளாய் கிடைத்தது
தான்
தம்பியின் "மும்தாஜின் நிழல்"

ஓர் அழகிய கவிதைக்கிளியின் நினைவுகளைப்
போன்றது, தம்பியின் இந்த கவிதைத் தொகுப்பு;

இன்னும் பல படைப்புகள் வெளியிட மனதார
வாழ்த்துகிறேன்.

அன்புடன்,
கவிஞன் மொழி

என்னுரை

"தோல்வியும் தோற்றுப்போனது
என்னை விட்டு விலகிய தருணம்"
மேற்கண்ட வரிகள் எனக்காக நானே எழுதிக்கொண்டது,
இது உண்மையும் கூட,
ஒவ்வொரு நாளும் நான் காதலால் பெற்ற
வேதனையையும், பேரின்பத்தையும் என்னுடைய
உணர்ச்சிகளோடு உவமைப்படுத்தியும்,
உருவகப்படுத்தியும் எழுதிய கவிதைகளின் தொகுப்பே
"மும்தாஜின் நிழல்" என்னும் இந்நூல். இந்நூலில்
இடம்பெற்ற கவிதைகள், பல நான் உண்மையில்
உணர்ந்தவை, சில என் சிந்தையின் கற்பனையில்
பிறந்தவை.
நான் கவிதை எழுத முழு காரணமாகவும், முதல்
காரணமாகவும் இருந்த என் காதலிக்கும், அவள் எனக்கு
வழங்கிய தனிமைக்கும், அத்தனிமையால் நான் வடித்த
கண்ணீருக்கும், அப்போது நான் புலம்பிய
புலம்பல்களுக்கும், அவள் எனக்கு கொடுத்த
பேரின்பத்திற்கும், எந்தன் தமிழுக்கும், என் தாயிற்கும் ,
தந்தைக்கும், நான் எழுதிய கவிதைகளை படித்து
பாராட்டிய எந்தன் நண்பர்களுக்கும், எனது
ஆசிரியர்களுக்கும், எனது உடன்பிறப்புகளுக்கும் ,எனது
உடன் பிறவாத சகோதர,சகோதரிகளுக்கும் எனது இதயம்
கனிந்த நன்றிகளைத் தெரிவித்துக் கொள்கின்றேன்.

மேலும்,இந்நூலை அச்சிட எனக்குதவிய "ஏலே
பதிப்பகத்திற்கும்" , கவிஞன் மொழி அவருக்கும் எனது
மனமார்ந்த நன்றிகள்.

-எழில் தமிழன் தினேஷ் ராஜா

எழில் தமிழன் தினேஷ் ராஜா

உயிருரை

"மும்தாஜின் நிழல்" என்ற இக்கவிதை நூலில் ஒரு
காதலி தன் காதலனின் அன்பையும் ஏக்கங்களையும்
புரிந்துணராமையால்,காதலனின் அளவுகடந்த மன
வருத்தத்தையும் ,அக்காதலன் அக்காதலியின் அழகை
வர்ணிக்கும் விதத்தையும் இந்நூலின் ஊடே காணலாம்.

-அம்பிகேஸ்வரி தினேஷ்

நிழலின்
-சுவடுகள்-

*****

கண்ணீரும் விண்ணீரும்

என்னை வருத்தி
வதம் செய்கிறது
அரிவை அவளின்
அளவுகடந்த காதல்;
அவளது முகத்தை
நான் காணக்காண,
"வானிடத்து வென்மேகம்
கறுத்து இடியோடு
விழுமே மழைத்துளி!"
அதையொப்ப
'என் கண்கள்
வடிக்கிறது
கண்ணீர்த்துளிகளை'
அலறிக்கொண்டே!.

மிளிரும் தேவதை

பச்சைப் பட்டுடுத்திய
பஞ்சவர்ண கிளியே
உந்தன் சிறகெங்கே?
சிகையில் மகுடமெங்கே?
தேவதையல்லவா நீ!
மறந்தாயா அன்பே;
ஆயிரமாயிரம்
மானிட பெண்களின்
இடையேயும்
நீ
என் கண்களில்
மிளிர்வாய் என்பதை.

கிளி

பப்பாளி மரமருகே
பைங்கிளி ஒன்று,
ஒரு கன்னங்காட்டி;
பார்ப்பவர்
ஓர் ஆயிரம்
கண்கள் போதெதென,
சொல்லும் வண்ணம்;
பளிங்கு போல்
அழகாய் நின்றதே.

விழி ஏக்கம் போக்க

நீ எனதருகே
இல்லையென்பதை
உணர்ந்த நான்
உறங்குகிறேன்,
உறங்கிக்கொண்டே
இருக்கிறேன்;
விழித்தால்
என் விழிகள்
உன்னைக் காண
ஏங்கும் என்பதால்.

இன்புற்றேன் இணையே

உந்தன்
இனிய குரலில்
எந்தன் கனவிலும்,
உந்தன் நினைவே;
எந்தன் 'கணவா!'
என்றுரைத்த போது;
இன்னதென்று
உரைக்கவியலா
மிகையின்பமுற்றேன்
இணையே.

காணாமல் போன காதல்

காலத்தின்
கோரப்பிடியில்
காணாமற்போனது;
காரிகையின்
கலங்கமற்ற
காதல்.

நவீனயுக இராமன்

காத்துக் கிடந்தேன்;
கல்லூரி வாசலில்,
நுழைவாயில் வழி
வெளியேறும்
பெண்டிர் திரளில்
சீதையை,
தேடிய இராமனாய்.

தூக்கியெறிந்த தேவதை

வெந்தேன்
வேந்தன் நான்;
வேதனைத் தீயில்,
வெறுமனே
வேண்டாமென்று!
அரிவை அவள்
வெறுத்து
ஒதுக்கிய வேளையிலே.

மனதை முறித்து கடந்த காதலி
(இரட்டைக் கிளவி)

படபடவென இதயம்
துடிக்க,
கிடுகிடுவென கால்கள்
நடுங்க,
குபுகுபுவென கண்ணீர்
கொட்ட,
கசகசவென வார்த்தைகளை
வீசி,
மடமடவென எம்மனதை
முறித்து,
கடகடவென கடந்தால்
காதலி!
என்னை தன்னந்தனியே
தவிக்கவிட்டு.

காதலால் காத்திருக்கிறேன்

காணத் துடிக்கிறேன்
காதலால்,
காணமல் நடிக்கிறாய்
பேதத்தால்;
காத்(த்+உ) இருந்தேன்
மோகனத்தால்,
காரியென இகழ்ந்தாய்
கோபத்தால்;
காற்றாய் கரைந்தேன்
காயத்தால்,
காலத்தாலாவது அறிவாயா?
எங்காதலை!
காத்திருக்கிறேன் நீ
அவமதித்தும்;
காதலால் உம்மீது,
காளை யான்
கொண்ட வேட்கையால்!.

மனமுடைந்த காலம்

மனமுடைந்தேன் மௌவலே,
மாதங்கள் சென்றும்
நீ மௌனமாக
இருப்பதால்;
அல்லாடுகிறேன் அனுதினமும்
'அல்லிப்பாவை'
உந்தன்
அழகு முகம் காணமல்.

கண் உணர்த்தும் காதல்

ஆடியில் கண்டேன்
உன் திருமுகம்
காணத் தவிக்கும்
ஆடவனின் பிம்பத்தை;
அப்பிம்பம்
உணர்த்துகிறது பார்;
உம்மீது கொண்ட
அவன் காதலை
கண்களின்
ஏக்கத்தின் வாயிலாக!.

செவி தேடும் கவி

தென்றலில்
தேடுகிறேன்
கீதத்தை;
தேவதையே
உன் பேச்சொலி,
செவிக்கு
எட்டாத
நாட்களில்!.

அன்பே என் அன்பே

அழைத்தாள் அமிழ்தமவள்
அரவணைக்கத் தவறினேன்,
அகன்றாள் அந்நொடியே
அன்பே அம்மாவென்று;
விவேகம் மறந்து
வேகத்தில் துண்டித்தேன்
அவளது அழைப்பை;
மறுமுறை அழைத்து
விடைபெறுவதற்காக ஆங்கிலத்தில்
கேட்டால் மன்னிப்பை!
சீறினேன் சிந்திக்காமல்,
சிந்தித்தேன் கண்ணீர்
சிந்தச் சிந்த;
பொறுத்துக்கொள் பொன்னே;
என் கண்ணே;
இது உம்மீதான
கோபமல்ல அன்பே!
என் அன்பே!
அதை நீ
உணர்வாயா? உணர்ந்தாயா?.

சிவப்பு தாஜ்மகால்

ஷாஜகான்
தன் காதலிக்காக,
வெள்ளை தாஜ்மகாலைத் தான்
கட்டினார் ;
ஆனால்,
நான்
என் அன்புக்காதலிக்காக;
அவளது சிவந்த
உதடுகளையொப்ப
"சிவப்பு தாஜ்மகாலையே"
கட்டினேன்
என் இதயத்தில்;
இது மயானம் அல்ல மாளிகை!

என்னவள் கூந்தலுக்காக

பன்னிரண்டு
வருடத்திற்கு
ஒரு முறை
மலரும்
குறிஞ்சி மலரை;
பன்னிரண்டு
நொடிக்கு
ஒரு முறை
மலரச் செய்தேன்,
'என்னவள் கூந்தலுக்காக'
அவளது கனவில்.

பிணி போக்கும் வருகை

வழிக்கரை
காண்கிறேன்,
என்
மன வாதைக்கு
காரணமான
வானவளே;
அவ்வாதை
நீக்க
வருவாய்
என்று!

குளமாகும் துளிகள்

காத்திருந்து
கண்களும்
கனக்கிறது,
கண்ணீரின்
நிறை
நாளுக்கு
நாள்
அதிகரிப்பதால்!.

தேவதை நெற்றியில் பரு

வானவள்
உந்தன் நெற்றியில்;
கறுஞ்சிறு
பொட்டிற்கு அருகில்;
வழுவாய்
ஆசையில் வந்ததோ?
சின்னஞ்சிறு
பருவும்
தனக்கென
வனப்பினை நாடி!.

மும்தாஜின் நிழல்

தாஜ்மகாலின்
பின்
நின்று,
யமுனை
ஆற்றில்
பார்த்தேன்;
மும்தாஜின்
நிழல்!
போன்ற
உன் முகத்தை.

விழி வியக்கும் எழில்

காகிதத்தை கையில் ஏந்தி
காவிய மங்கை உன்னை
கவிதையாய் வடிக்க துடிக்கும்
அக்கணம், எந்தன் எண்ண
அலைகளோ எழும் ஏராளமாய்;
அதை எழுத நினைக்கயிலே
சிந்தையும் மாறும் போர்க்களமாய்;
ஏனெனில்,
விந்தையும் வியக்கும் விண்மகள்;
நீ என்பதால்!.

தோல்வியுற்ற மரணப் போராட்டம்

ஊட்டுகிறாய் நஞ்சை
நிதமும் என்னைக் கண்டுகொள்ளாமல்;
என் மனதிலிருந்து,
இல்லையில்லை,
என் மனமாகவேயிருந்து;
உன்னை மறக்கத்தான்
வழி தேடி மரணிக்க!
உடம்போடு உயிர்விட
போராடி தோல்வியுற்றதனால்;
'விருப்பமின்றி விழிக்கின்றேன்
விடியல்தோறும் விதியே' என்று!

தவிப்பு

மடந்தையே,
தனிமையில்
தஞ்சமின்றி
தவிக்கிறேன்;
நீ
என்
நெஞ்சுக்கு
வஞ்சமிட்டு,
மஞ்சத்தில்
துஞ்சுகையில்!.

நீ நெருப்பென்றால்

என்னை
எண்ணையை ஊற்றி,
கொளுத்தினாலும்
நான்
வருந்த மாட்டேன்;
என்னைக்
கொளுத்தும் நெருப்பு!
நீ தானெனில்.

ஏமாற்றம்

என்னை
ஏங்க வைத்தவளே!
என்னை
எழுதுகோலும் ஏமாற்றியது;
உன்னை
நினைத்து கவிதைகள்
பல எழுத,
நினைத்த
தருணத்தில் எழுதாமல்.

ஏற்பாளா? தவிர்ப்பாளா?

தாவும் மரையே!
நீ
என் கரத்தில்
தாமரை ஆவாயா?
இல்லை,
என்னை
தவிர்த்து மறைவாயா?
கூறடி
என்
குற்றாலக் குறவஞ்சியே!.

ஒரே எண்ணம்

மயில் இறகில்
பல வண்ணம்;
என் மனமெல்லாம்
ஒரே எண்ணம்;
உன்னை,
என் மனைவியாக!
பெற
வேண்டுமென்று.

கைவிட்டாலும் களிப்போடு கழி

என்னை
கைவிட்ட
கவலை வேண்டாம்;
காரிகையே,
கண நேரமும்
களிப்போடு கழி;
அதுவே
எனக்கு நிறை.

மோதலில் பிறந்த காதல்

விவாதம்
வித்தானது
விபத்திற்கு;
அதில்,
விழ்ந்தோரின்
விழி
வீச்சின்
வழியே;
விளைந்தது
ஒரு
"வேட்கை வீணை".

காதலால் மூழ்கிய கண்கள்

நிதமும்
நீண்டது
நின்
நினைவுகள்!
ஆகவே,
தனியே
யான்
தத்தளிக்கிறேன்!
இரு
நதிகளின்
நடுவே!

இன்பம் தந்த இழிவு

இனியவள்,
இவளது அழகை,
இவ்வளவு அழகை;
இன்பமென்று கூறவா,
இன்னலென்று கூறவா;
இடிந்துபோனன் இழிவால்!
இலக்கியம் படித்தும்,
இவ்வெழிலியின் அழகிற்கு;
இலக்கணம் இயற்ற
இயலாமல் போனதால்.

ஏடாக்க ஏங்கும் எழுத்துக்கள்

என்
எழுத்தும்
ஏங்குகிறது;
எம்
எழிலியின்,
ஏந்தெழிலை
ஏடாக்க!

வேதனை உணர்ந்த வானம்

நான்
மனம் கலங்கும்
போதெல்லாம்;
இம்மண்ணில்
மழையாய்
பொழிகிறது;
என்னுடைய
கண்ணீர் துளிகள்!.

முத்தத்திற்காக!

நீ
கடிக்கும் போது;
உன்
இனிய
உதடுகள்
என்மீது
படுமல்லவா;
அந்த
நொடிக்காக,
"வாழ நினைத்தேன் கரும்பாக!"

தென்றலில் துள்ள

தேன்சிட்டாேனன்
தேவதையே!
தெவிட்டாத
அமுதமான;
உன்
தேகம்,
தொட்ட
தென்றலில்
துள்ளி
விளையாட!.

மணமுடிக்கவியலா துயரம்

பெண்ணே!
நான் என்னதான்,
ஒர் ஆண் மகனாக
இருந்தாலும் கூட;
உன் பிரிவை என்னால்
தாங்கிக்கொள்ள
முடியவில்லை;
அதனால் தான்,
'என்னுடைய கண்ணீர்த்துளிகளை'
உனக்கானதாக
விட்டுச்செல்கிறேன்;
ஐயோ!
நான் எங்கு செல்வது?
என் விழிகளுக்கு எத்திசையும்
புலப்படவில்லையே!
அட டா!
இப்பொழுதுதான் புரிகிறது;
நான் செல்லும் இடமெல்லாம்
துரோகத்தை விதைக்கிறேனே!
அதனால் தான்
எனக்கு இந்நிலை;
மன்னித்து விடு!

இது என்ன நியதி?

ஓடோடி வந்தேன்,
நீ அழைத்த கணமெல்லாம்;
உந்தன் பின்னால்
நான் அவ்வாறிருந்துங்கூட,
இன்று
நீ என்னைக்
கண்டதும் கள்வனைக்
கண்டதைப் போல்;
ஓடோடி ஒழிகிறயே நீ,
கல் நெஞ்சம் கொண்டு;
நான் அப்படி என்ன செய்தேன்;
உன்னை காதலித்ததை தவிர!
அழகிய இதழ் கொண்டு
அமுதொத்த
முத்தமிட்ட நீயே;
என் மனம் நோக
வார்த்தைகளை வீசி;
கணம் ஒருமுறை
கட்டியணைத்த கரத்தால்;
நான் தவறேதும்?
செய்யாத போதும்;
பிரிவெனும் பாறாங்கல்லை
தூக்கி எந்தன் தலைமேலேறிந்து!
அபகரித்துக் கொண்டாயே
உன்னை என்னிடமிருந்து,
அநியாயமாக!
இன்பம் பறித்து துன்பம் ஈவதே
'காதலா!'
இது என்ன நியதி?

பொன்மகளும் பொல்லாதவளே

இடம் கொடுத்தேன் இன்முகத்துடன்
இதயம் முழுக்க;
இட்ர் கொடுத்தாள் வன்முகத்துடன்
கன்னமும் வழுக்க;
பொறுத்துக்கொண்டேன் பொன்மகள்
என்று;
பொல்லாதவளாய் பேசாதே போ!
என்றாள்;
மதிகெட்ட நேரம்
மன்னித்து!
மனந்திருந்திய காலம்
தலைமூழ்கி!.

மேகத்தின் மேல் காற்றின் மோகம்

மோகினியே மோகம்
கொண்டாயோ
என் மீது!
நீ அடைய
விரும்பிய இடமெல்லாம்
நிதமும்
என்னை அழைத்துச் செல்கிறாய்;
நீ என்னை
ஒவ்வொரு கணமும்
ஒப்பனைக்கிறாய்,
நின் மூச்சுக்காற்றால்(மிருதுவாதம்);
தோள் கொடுத்தாய்
தோகை மயிலாய்
கதிரவனையும்
கட்டிப் போட,
தோற்றுவிட்டேன் தோழி
தேம்பாதே
நான் இன்னும்
தளரவில்லை
என்றேன்;
முத்தமிட்டாய்
வாதமே
என் முயற்சிக்காக,
கட்டி அணைத்தாய்

ஆதமே நீ
ஆவியாய் என்
தேகத்தில் நிரம்ப
அத்தருணம்
யானோ பெருங்களிப்புற்றேன்
விழி நீர்
விண்ணிலிருந்து
விழும் வண்ணம்.

தனிமையின் மகிமை

இயற்கை
என்னை
வருடியது
இனிமையாக;
தனிமையை
நேசித்தேன்
தானாக;
துயரங்கள்
என்னை
விட்டு
விலகியது
தூரமாக!

காணாத் துயரம்

என் ஜென்மமே
எந்தன் ஆன்மாவே
வா வா கண்ணே!

உன்னைக் காணவே;
நானும் விழிக்கின்றேன்
நாளும் சூரியனாய்!

நீந்தினேன் மீளவே
உன்னைக் காணவே
உன்னுடன் வாழவே!
அதிலும் தோற்றேனடி
என் இறுதி மூச்சு ஓயவே!

அட இறந்தேனடி!
மீண்டும் பிறந்தேனடி;
பிறந்ததும் இறந்தேனடி;
உன் பாதத்தில்
கடலலையாய்!

என் ஜென்மமே
எந்தன் ஆன்மாவே
வா வா கண்ணே!

துளிகளால் துடிக்கும் இதயம்

நான் இறந்து விட்டேன்,
சில
நொடிகளுக்கு முன்பு;
பல
நொடிகளுக்குப் பின்பும்
துடிக்கிறது
என் இதயம்!
என்
மரணத்தை நினைத்து
தவிக்கும்,
என் காதலியின்
கண்களிலிருந்து விழும்
கண்ணீர்துளிகளால்,
எழும் சத்தத்தில்;
அவளை அழ வைத்து
விட்டேனே என்று!.

பன்மலர் பூங்கொத்து அவள்

வாடா மல்லிகையையொப்ப என்றும்
வாடாத கூந்தலையும்;
செங்காந்தளின் மகத்தான இதழ்
போன்ற புருவத்தையும்;
மனோரஞ்சிதம் போல் மனதை
மயக்கும் கண்களையும்;
ரோஜா மொட்டாயென வியக்கும்
மென்மையான மூக்கினையும்;
மந்தார மலரின் தெவிட்டாத
தேனிதழ் உதட்டையும்;
மல்லிகை பூ போன்ற
முத்துப் பற்களையும்;
தாமரையின் இதழ் ஒப்ப
மிருதுவான கண்ணங்களையும்;
அனிச்சம் மலர் போன்ற
அழகான செவிமடலையும்;
செம்பருத்தி பூ போன்ற
செம்மையான முகத்தினையும்;
செண்பகத்தை ஒப்ப சந்தனம்
மணக்கும் மேனியையும்,
உடையவளே;
எந்தன் பேரன்புக்குரிய
அம்பிகேஸ்வரி!

புன்னகை

நான்
உன்னைப் பார்க்கும்
அந்நேரம்
வெட்கத்தில்
முகம் மூட
உந்தன் கைகள்
இதழொரச
மலர்ந்த நின்
சிறு முறுவலை,
யான் நோக்க;
எந்தன் மேனியோ
சிலிர்க்கிறது!
'வான்மகளுக்கே' உரிய
இவ்வளவு அழகான முறுவல்
"பூமகள்" இதழிலா என?.

முதல் தோல்வி

தோல்வி தோல்வி!
எனக்கு முதல் தோல்வியே
காதல் தோல்வி;
அதுவும் பத்து வயதில்
தோன்றி
ஐந்து வருடம் நீண்ட
அவளின் மீதான ஈர்ப்பு
உருமாறியது காதலாக!

அக்காதலும் அவள் மீதான
எனது ஒரு தலைக் காதலே;
ஜயமில்லாமல் இருந்த நானும்
அஞ்சினேன் அன்று;
எங்கு என்னை அண்ணா
என்று அழைத்திடுவாளோ என்று?

ஐந்து வருடம் முடிந்து
மேலும்
ஐம்பத்திரண்டு
வாரங்களுக்குப் பின்
அடுத்தவனின் மனைவியாக;
அவள் அம்மா வீட்டிற்கு
வந்தாள் விருந்திற்கு!

எனக்கு விருந்தாக வேண்டியவள்,
எனக்கு வினோதமானாள்;
ஐயாயிரம் முறை
கண்ணீர் வடித்தேன்;
அந்த கன்னியை,
எனது கண்ணகியாக்க
முடியவில்லை என்று!

எழில் தமிழன் தினேஷ் ராஜா

அபாயம் என
எச்சரிக்கை பலகை
வைத்தது என் உடல்;
நான் மீண்டும்
கண்ணீர் வடித்தால்
மரணம் என்று!

இருந்தபோதிலும்
நான் முயற்சி செய்தேன்
மரணிக்க,
அந்நேரம் என்னுடலில்
கண்ணீரும் வற்றிவிட்டதாம்
எனவே அதிலும் ஏமாற்றம்;

ஏங்கினேன் எக்கச்சக்கமுறை
அவள் என்னை
ஏரெடுத்துப் பார்க்கவில்லை
என்று!

ஏமாந்தேன் அவள்
என்னவள் என்ற
எண்ணத்தினால்;

நான்
இப்படித் தேம்பிக்கொண்டிருக்க;

என்னை வரவேற்றாள்
என் காதலுக்கு பரிசளிக்க;
நானும்
சென்று பெற்றுக் கொண்டேன்;
வருத்தத்துடன்,
அதுவரை நான் பெறாத
"தோல்வியை பரிசாக!".

தூது சென்ற வார்த்தைகள்

நட்ட நடு இரவில்
இரு உள்ளங்களுக்கு இடையில்
புலனத்தின் வழி
ஒரு பரிமாற்றம்;
எனினும்,
அதில் ஒரு வழுவமைதி;
அது என்னவெனில்,
இருவரும்
தட்டச்சிட்டது
வார்த்தைகளை
அதனை அனுப்பிய பின்
புலனத்தினுள் கண்டபோது
இருவரின்
இதயமும் அறிந்தது
"வாழ்க்கையை".

திரும்பி விடாதே!

நகரப்பேருந்தில் சன்னலோரம்
நகங்கொறித்து அமர்ந்திருக்கும்
நங்கையே;
இருள்வானை கையிலெடுத்து
உடுத்திக் கொண்டாயா
துப்பட்டாவாக;
உந்தன் காதணி
என் மனதைக்
காந்தமாய் கவர்ந்திழுக்க;
எந்தன் கண்களும்
சுழலிலே
உந்தன் சிகைச்சுருள்
எழிலிலே சிக்கிவிட,
உந்தன் அரைமுக அழகே
என்னை இப்படி தள்ளடச்செய்கிறதே,
உன் முழுமுகமும் கண்டால்
நிறைமதியையும் நிந்தித்து
நீ தான் நிலவென
எம்பெருமான் சிவனவன் தலையில்
உன்னை சூடி விடுவேன்;
அதனால்,
திரும்பி விடாதே
தயவுசெய்து திரும்பி விடாதே!

பட்டிதழ் முத்தம்

முசுக்கொட்டைச் செடிகளினிடையே
வேடனாய் வீற்றிருந்த நானும்;
அதிசியத்துப்போனேன் அன்னடையிடும் முயலே,
நீ என்னருகில் வந்தமையால்;
சுற்றத்தாருக்கு அஞ்சி சுற்றுமுற்றும்
பார்த்து பட்டிதழால்,
பதற்றத்துடன் பரிசளித்தாய்,
ஒரு முத்தத்தை;
அம்முத்தத்தால்
நானும் வியந்தேன்;
யானிருப்பது
விண்ணுலகா!
இல்லை
மண்ணுலகாயென்று!

இதழழகு

என்னவளைக் கண்டால்
பூவுலகை
குளிர்விக்கும்
வர்ணனும்
உணர்வான்;
என்னுள்ளம் குளிர்விக்கும்
என் காதலியின்
இதழ்
அழகை
வர்ணிக்க,
வார்த்தைகள்
இல்லை என்பதை.

நான் கோமாளி

நான் என்
மனம் ஆராது
கோபப்படுகிறேன்;
ஆனால்,
என்
கோபத்தின்
பிரதிபலிப்போ;
உன்
கண்களில்
கோமாளி வடிவில்.

காரிகையை கண்ட நாளில்

ஏந்தெழிலியவள் அழைத்தாள்
எந்தன் ஏக்கந்தணிக்க,
இரவுக்குறியிடத்தே நேர்நோக்க;
விரைந்தேன் காட்டாற்று
வெள்ளமாய்,
விழ்ந்தேன் அவள்
விழியிலே அருவியாய்!
இவள் பொன்முகம்
காணமல்,
இமைகொண்டு அணைக்கட்டிய
கண்ணீர் துளிகளும்;
இப்போது மடைதிறந்த
வெள்ளம் போல்
இன்பத்துளிகளைச் சிதற;
கடலலையாய்,
என் மார்போடவள்
தலைசாய்த்து,
புதுமலரையொப்ப
இதழ் விரித்து
எந்தன் இதழ் மேல்
இதழ் வைத்து
மழையாய் பொழிந்தாள்
முத்தத்தை!.

ஒற்றைப்பார்வை

விண்மீன் விழியால்
உன்னைக் காணத்துடித்த
விழிகளையெல்லாம்;
விலங்கிட்டு
சிறைபிடித்தாய்
இது விந்தையா?
இல்லை
உனது வித்தையா!
என்பதில்,
தெளிவில்லாமல்
நானும்
வீழ்கிறேன்;
உந்தன்
ஒற்றைப் பார்வையில்.

நட்சத்திர நாடகம்

நண்பகலில்,
நான்
மொட்டை மாடியில்
கட்டிலில் படுத்து,
உன்னோடு
உரையாடிக் கொண்டே
வானைப் பார்க்க;
சந்திரன் சூரியனை
சாட்டை எடுத்து விரட்டி,
வானை வனமாக்க;
நாடக மேடையில்
நட்சத்திரங்கள் அணிவகுக்கிறது,
நாட்டிய மங்கை
உந்தன்
அழகை சித்தரிக்க.

ஒற்றன்

மன்னன்
எந்தன்
ஆணையின் படி,
'அரசியவளை'
காயப்படுத்தாமல்
கண்டு
வந்த
எந்தன்
திறமையான
ஒற்றனுக்கு (கொசுவிற்கு),
பரிசளித்தேன்
என்
உதிரத்தை.

இதழிசை

தொலைபேசி
உரையாடலின் போது,
நான் உன்னிடம்
முத்தம் கேட்க;
நீயோ அழகாய் மறுக்க,
நான் அதை இரசிக்க;
உந்தன்
தோடுகளோ!
அவ்வப்போது
உன் உதடுகளை
உதாசினப்படுத்தி
ஆசையில்
ஈந்தது
இதழிசை(முத்தம்)!.

எறும்பானேன்

நான்
இரவிலும்
தூங்கவில்லை,
பகலிலும்
தூங்கவில்லை;
ஏனெனில்,
உந்தன்
நிலையற்ற
மனதை
நிதமும்
நினைத்து
ஆனேன்
எறும்பாக.

உன் நினைவில் பிணமாக

அன்று
புல் மீது
படுத்தேன்
உன் நினைவாக,
இன்று
நீ
என்னை ஏற்க
மறுத்ததால்
புற்களினடியில்
படுத்தேன்
பிணமாக.

மின்னலே

அன்பே,
நான் இழைத்த
தவறுக்காக;
நீ என் மீது
காட்டப்போகும்
வெறுப்பை,
உன் கண்களில்
காண்கிறேன்;
நேற்றைய முன் தினம்
பொழிந்த
மழையினிடையே
வந்த மின்னலை!
மீண்டுமொருமுறை.

மாறா மனம்!

நீ என்னைக் கண்டுகொள்ளாமல்
செல்கிறாயென்று நினைக்கவில்லை,
நீ என்னைக் காணும்போது,
நான் அதைக் காணவில்லை
என்று நினைத்தேன்;

நீ நான் பேசியதை
கேட்கவில்லையென்று நினைக்கவில்லை,
நீ கேட்கும் போது,
நான் உன்னிடம் பேசவில்லை
என்று நினைத்தேன்;

நீ என்னிடம் பேசமால்
போகிறாயென்று நினைக்கவில்லை,
நீ பேசும் போது,
நான் அதைக் கவனிக்கவில்லை
என்று நினைத்தேன்;

நீ என்னை காதலிக்கவில்லை
என்று நினைக்கவில்லை,
நீ காதலித்த போது,
நான் அதை உணரவில்லை
என்று நினைத்தேன்;

நான் இவ்வாறெல்லாம்
நினைத்துக்கொண்டே,
நாட்களை கடத்தினேன்;
நாட்கள் இனி வருடமாகலாம்,
வருடங்கள் யுகமாகலாம்;

நீ ஒன்றை மட்டும்
நினைவில் கொள்;
மாறாதது ஒன்றே அது,
என் மனதில்,
நீயேயென்றும் என் மனைவி என்பதே.

வார்த்தைகளைத் தேடி

என் தமிழும்
அகராதியைப்
புரட்டுகிறது;
என் அழகே,
நீ
என்னருகே;
அமர்ந்த
அந்நொடிப்பொழுதை
வர்ணிக்க,
வார்த்தைகளைத் தேடி!

சுமக்குமா சுகமாக!

என்னவளே,
உன் கன்னங்கள்
என் மனதை ஈர்க்க;
எந்தன் எண்ணமோ!
என் உதட்டின்
தடம் பதிக்க ஏங்குகிறது;
உன்னில்
உந்தன்
கன்னங்களில்;
சொல் நீயே,
எம் 'இதழீரம்'
சுமக்குமா?
உந்தன் கன்னங்கள்
சுகமாக!

கண்ணுக்குள்ளே

ஏன் ?
என்
மதி மங்க
உன்
முகம் கொண்டு
விழி
மறைக்கிறாய்
கண்ணின்கண்
நீங்காமலே!

காணக் கானலான கனம்

கன
நேரமும்
கானல்
நீராகிறது;
நான்
உன்னைக் காண;
நீ
என்னைக்
கடந்து
செல்கையில்.

மதி மயக்கும் மதி

நிலவும்
தன்
ஒற்றைக் கண்ணால்
இரசித்ததோ!
என்னவள்
முகம் கண்டு
தன்னையே
தான் இரசிப்பதாக
எண்ணி,
கருவிழியும்
வெண்விழியாக
பெளர்ணமியாய்
ஒளி வீசி!

கொஞ்சல் மொழி

கொந்தளித்தேன்,
கோபக் கனலில்;
அதையறிந்த
நீ!
கொஞ்சமும்,
வஞ்சம்
எஞ்சாமல்,
கொன்றாயே
கோபத்தீயை!
கொஞ்சும்
வார்த்தையால்,
கொஞ்சம்
கொஞ்சமாக;
நஞ்சை
ஊற்றி.

இருள்

என்னைத்
தனியே
தவிக்கவிட்டு;
எங்கே சென்றாய்?
கேட்கிறதா!
கண்மணி,
என்
நெஞ்சின்
துடிப்பு!.

பருவநிலை மாற்றம்

வேனிற் காலமும்
வெகுண்டு
ஓடியது,
கூதிர் காலம்
நோக்கி;
உன்
கூந்தல்
என்
முகம்
தொட்ட
நொடிப்பொழுதில்.

கண்ணீர் கயிறு

நீ
என்னைப்
பிரிந்ததும்
நின்னை
தொடர்ந்த
கண்களை
கட்டினேன்
கண்ணீரால்;
அவிழ்ப்பாயா?
கண்ணீர்
முடிச்சுகளை!
என்னை நாடி,
உம்மிரு
கரத்தால்
கட்டியணைத்து.

சிலுசிலுவென

அம்மன் கோவில்
திருவிழாவில்,
கம்பம் சுற்றி
ஆடிவரும்
ஆடவரின்
சலங்கை
சத்தத்தின் முன்;
ஆடல்மகளே,
சிலுசிலுவென
இசைபாடும்
உந்தன்
கொலுசோசை,
என்
மனதைக்
கொள்ளை கொண்டதடி.

மயலுற்ற மயில்

தோகை மயிலும்
மயலுற்றது மடந்தையே;
உனது
கண்களுக்கு மேலாக,
அமைந்திருக்கும்
புருவத்தின்
நேர்த்தியான மயிரமைவால்;
உடனே அங்கிருந்து
அகன்று விடு;
ஏங்குகிறது
அந்த ஆண்மயில்,
எவனவன்
பிறந்திருக்கிறான்
இவளுக்கென
அவன் நானாக
இருக்கக்கூடாதா
அந்த ஆணாக;
நான்
மாறக்கூடாத என?

எந்தன்
கண்ணீரும்
ஏக்கமும்
ஏடானது
என்னவளின்
ஊக்கத்தால்
அவளோடு
என் காதல்
நூல் ஆக
அதன் பெயரோ
மும்தாஜின் நிழலாக!

-எழில் தமிழன் தினேஷ் ராஜா